Fatuma's New Cloth
Ang Bagong Tela ni Fatuma

by **Leslie Bulion**

Illustrated by **Nicole Tadgell**

Babl Books

Bilingual Edition published by Babl Books, Inc.
www.bablbooks.com

ISBN 978-1-68304-247-1

In memory of *marehemu* Jamal.
And for Sue, with love and boundless gratitude.
L.B.

For my wonderful, wonderful Mother;
and in memory of Sam-Sam.
N.S.T.

"I am glad to have your help
in the market today, Fatuma."
"I like to carry the basket for you, Mama."

"Natutuwa ako na makakatulong
ka sa palengke ngayong araw, Fatuma."
"Gusto ko pong buhatin ang basket para
sa iyo, Nanay."

"At the cloth shop, you can choose a new kanga cloth.
We will sew you a new dress."
"But I want to wrap my kanga like you."
"You are small now. When you are bigger,
you will wrap your kanga like me."

"Sa tindahan ng mga tela, pwede kang pumili ng bagong tela para
sa kanga. Magtatahi tayo ng bago mong damit."
"Pero gusto ko po na ibalot ang kanga ko parang sa iyo."
"Maliit ka pa ngayon. Kapag malaki ka na, isusuot mo rin ang
iyong kanga katulad ng sa akin."

"Mama, I am big! I already help you sew. Soon I will go to school and learn to read. Will you read me the words on your kanga, Mama?"

"Nanay, malaki na po ako! Tinutulungan na po kitang manahi. Hindi po matatagalan, papasok na po ako sa paaralan at matututong magbasa. Babasahin mo po ba sa akin ang mga salita sa iyong kanga, Nanay?"

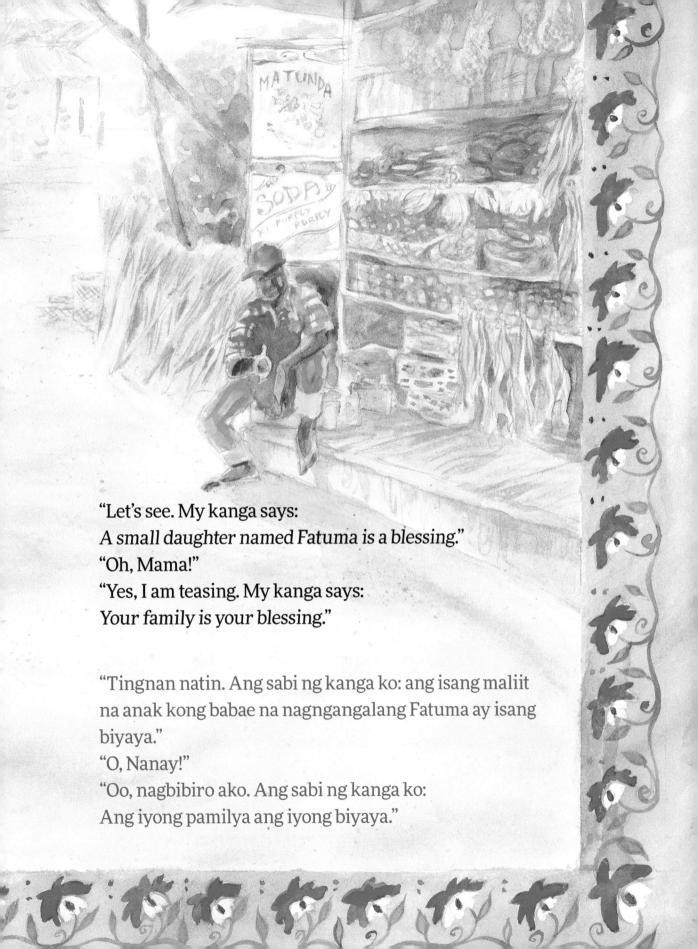

"Let's see. My kanga says:
A small daughter named Fatuma is a blessing."
"Oh, Mama!"
"Yes, I am teasing. My kanga says:
Your family is your blessing."

"Tingnan natin. Ang sabi ng kanga ko: ang isang maliit
na anak kong babae na nagngangalang Fatuma ay isang
biyaya."
"O, Nanay!"
"Oo, nagbibiro ako. Ang sabi ng kanga ko:
Ang iyong pamilya ang iyong biyaya."

"Will we sew my new kanga when
we get home from the market?"
"Yes, Fatuma. And I will make us chai to drink."
"I love chai just the way you make it, Mama.
What makes it taste so good?"

"Tatahiin po ba natin ang aking bagong kanga
kapag nakauwi na po tayo galing sa palengke?"
"Oo, Fatuma. At ako'y gagawa ng chai para inumin."
"Gustong-gusto ko po ang chai kung paano mo ito ginagawa, Nanay.
Ano po ang nagpapasarap ng lasa nito?"

"My tea leaves make the perfect chai," said the man who sold tea and spices. "You can see the chai is good by the dark color. Here, have a cup."
"That chai looks very dark and strong, but it does not taste sweet like yours, Mama."

"Ang aking mga dahon ng tsaa ay nakakagawa ng perpektong chai," sabi ng lalaking nagtitinda ng tsaa at mga pampalasa. "Makikita mo na ang chai ay masarap sa pamamagitan ng maitim na kulay. Halika, tumikim ka ng isang tasa."
"Ang chai ay mukhang napakaitim at matapang sa panlasa pero hindi po ito kasing tamis ng sa 'yo, Nanay."

"Of course not!" said the woman who sold milk.
"Chai is only good when it has a light color– the color it gets
from my creamy milk. Come in my shop and taste!"

"S'yempre hindi!" sabi ng babaeng nagtitinda ng gatas.
"Ang chai ay sasarap lamang kung meron itong maliwanag na
kulay- ang kulay na nagmumula sa aking makremang gatas."
"Pumunta ka sa aking tindahan at tikman mo!"

"That chai is very creamy and light,
but it does not taste sweet like yours, Mama."

"Ang chai ay talagang makrema at magaan sa tiyan,
pero hindi po ito kasing tamis ng sa 'yo, Nanay."

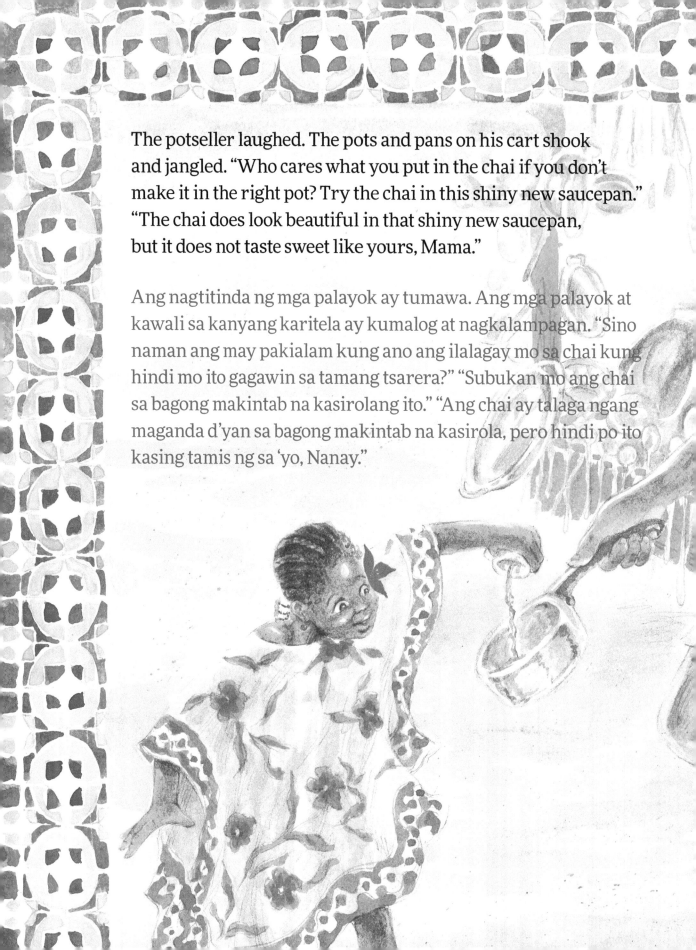

The potseller laughed. The pots and pans on his cart shook and jangled. "Who cares what you put in the chai if you don't make it in the right pot? Try the chai in this shiny new saucepan." "The chai does look beautiful in that shiny new saucepan, but it does not taste sweet like yours, Mama."

Ang nagtitinda ng mga palayok ay tumawa. Ang mga palayok at kawali sa kanyang karitela ay kumalog at nagkalampagan. "Sino naman ang may pakialam kung ano ang ilalagay mo sa chai kung hindi mo ito gagawin sa tamang tsarera?" "Subukan mo ang chai sa bagong makintab na kasirolang ito." "Ang chai ay talaga ngang maganda d'yan sa bagong makintab na kasirola, pero hindi po ito kasing tamis ng sa 'yo, Nanay."

"Here we are at the kanga shop, Fatuma.
What color kanga cloth do you want?"

"Andito na tayo sa tindahan ng mga kanga, Fatuma.
Anong kulay ng tela ang gusto mo?"

"I want a kanga the color of the deep sea
and the early morning sky."

"Gusto ko ng isang kanga na may kulay ng malalim na
dagat at ng langit sa umaga."

"I am sure I have something that will please you," said
the kanga seller. "What about this one?"
"That kanga is nice, but it is the color of eggplant and new grass."
"Don't worry! I have many others. Hm... how about this one?"
"That one is very pretty too, but it is the color of tomatoes
and the sky at midnight."

"Sigurado ako na meron akong bagay na ikatutuwa mo," sabi
ng tindero ng kanga. "Ito kaya?" "Maganda iyang kanga na
iyan, pero kakulay po nito ng talong at bagong tubong damo."
"Huwag kang mag-alala! Marami pa
akong iba. Hm... ito naman kaya?"
"Napakaganda rin ng isa na iyan,
pero kakulay po nito ang kamatis at
ng langit kapag hatinggabi."

"Oh, I think I know just what you want, my child.
Not this one... not this one... but wait... what do you think of this one?"

"O, sa palagay ko alam ko na kung ano ang gusto mo, aking iha. Hindi
ang isang ito... hindi ito... pero sandali... ano ang tingin mo sa isang ito?"

"Oh, yes, that kanga is just right– the color of the morning sky meeting the waves of the sea! What are the words on my kanga, Mama?"
"Your kanga says: Don't be fooled by the color. The good flavor of chai comes from the sugar."

"O, opo, ang kanga na iyan ay tama lamang- ang kulay ng langit sa umaga na sumasalubong sa mga alon ng dagat! Ano po ang mga nakasulat sa aking kanga, Nanay?"
"Ang sabi ng kanga mo: Huwag kang magpapalinlang sa kulay. Ang masarap na lasa ng chai ay galing sa asukal."

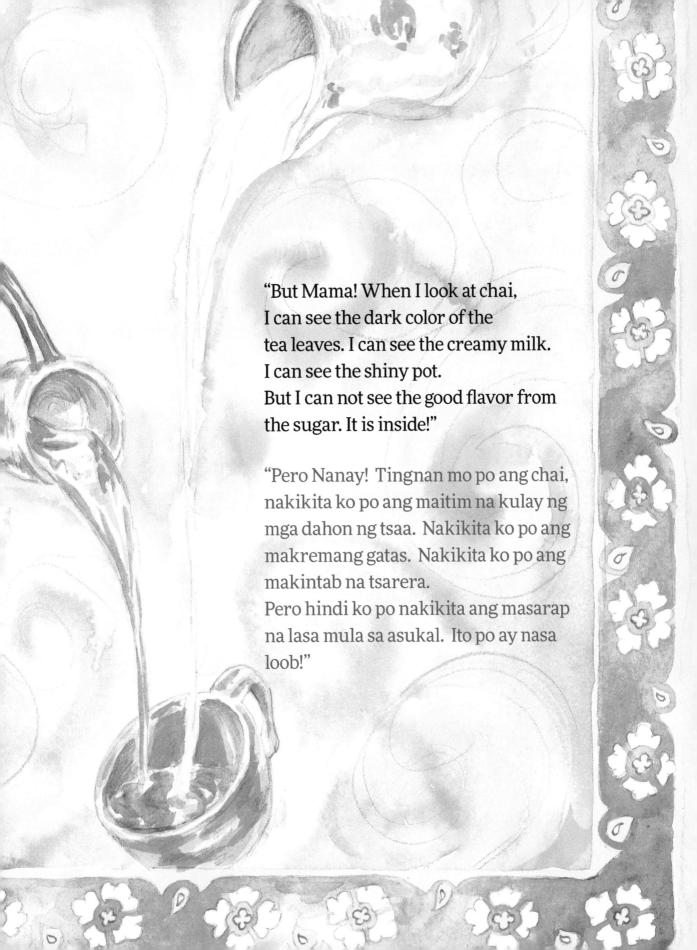

"But Mama! When I look at chai,
I can see the dark color of the
tea leaves. I can see the creamy milk.
I can see the shiny pot.
But I can not see the good flavor from
the sugar. It is inside!"

"Pero Nanay! Tingnan mo po ang chai,
nakikita ko po ang maitim na kulay ng
mga dahon ng tsaa. Nakikita ko po ang
makremang gatas. Nakikita ko po ang
makintab na tsarera.
Pero hindi ko po nakikita ang masarap
na lasa mula sa asukal. Ito po ay nasa
loob!"

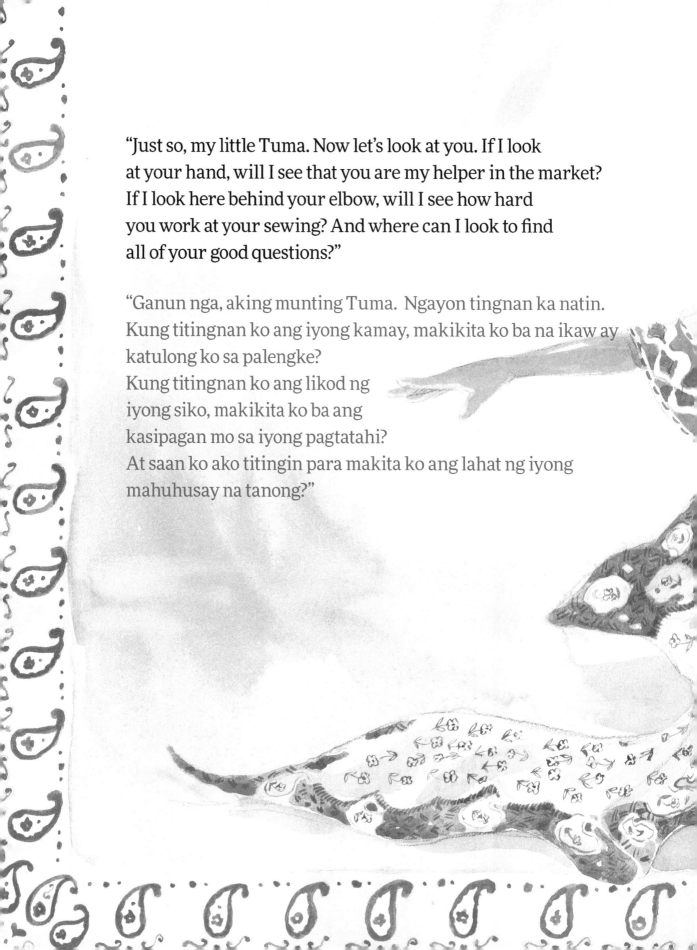

"Just so, my little Tuma. Now let's look at you. If I look
at your hand, will I see that you are my helper in the market?
If I look here behind your elbow, will I see how hard
you work at your sewing? And where can I look to find
all of your good questions?"

"Ganun nga, aking munting Tuma. Ngayon tingnan ka natin.
Kung titingnan ko ang iyong kamay, makikita ko ba na ikaw ay
katulong ko sa palengke?
Kung titingnan ko ang likod ng
iyong siko, makikita ko ba ang
kasipagan mo sa iyong pagtatahi?
At saan ko ako titingin para makita ko ang lahat ng iyong
mahuhusay na tanong?"

"Oh, Mama! You can't see those things at all. What is good about me is on the inside, too!"

"O, Nanay! Hindi mo po makikita ang mga bagay na iyon kahit sa anong paraan. Ang mabuti po tungkol sa akin ay nasa loob rin!"

CPSIA information can be obtained
at www.ICGtesting.com
Printed in the USA
LVHW071632050421
683462LV00003B/42